YNGRI REGNBOGI

LITIR KETTA

KYNNUM LITI FYRIR UNGUM HUGUM

EFTIR RAINBOW ROY

Höfundarréttur Thomasine Media 2024
myndir eru með leyfi og tilheyra viðkomandi eigendum
www.thomasinemedia.com
ISBN: 979-8-8690-8750-8

YNGRI REGNBOGI
LITIR KETTA
KYNNUM LITI FYRIR UNGUM HUGUM
EFTIR RAINBOW ROY

Regnboginn er fullur af alls kyns litum.

Saman munum við kanna liti og einnig læra um ketti.

RAUTT

Rauður, eins og Abyssinian kötturinn.

APPELSÍNUGULT

Appelsínugulur, eins og tabby köttur.

GULUR

Gulur, eins og síamsköttur.

GRÆNN

Grænt, eins og augu egypsks Mau köttar.

BLÁR

Blár, eins og rússneskur blár köttur.

INDIGO

Indigo, eins og þetta kattaleikfang.

FJÓLUBLÁR

Fjólublár, eins og
þessi kattarkragi.

Nú skulum við líta
á nokkra aðra liti,
fyrir utan
regnbogann!

BLEIKUR

Bleikur, eins og Sphynx köttur.

BRÚNT

Brúnn, eins og Bengal köttur.

HVÍTUR

Hvítur, eins og
tyrknesk angóra.

SVARTUR

Svartur, eins og Bombay köttur.

GRÁR

Grátt, eins og breskur stutthærður.

Nú skulum við sjá hvað þú hefur lært!

Hvaða litur er þessi köttur?

Þessi köttur er appelsínugulur og hvítur.

Hvaða litur er þessi köttur?

Þessi köttur er
grár.

Hvaða lit eru augu þessara katta?

Augun hans eru gul.

Þú ert svo klár! Haltu alltaf áfram að læra og gleymdu aldrei ást þinni á að læra.